Picture Dictionary

ENGLISH/ VIETNAMESE

More than 350 Essential Words

Dylanna Press

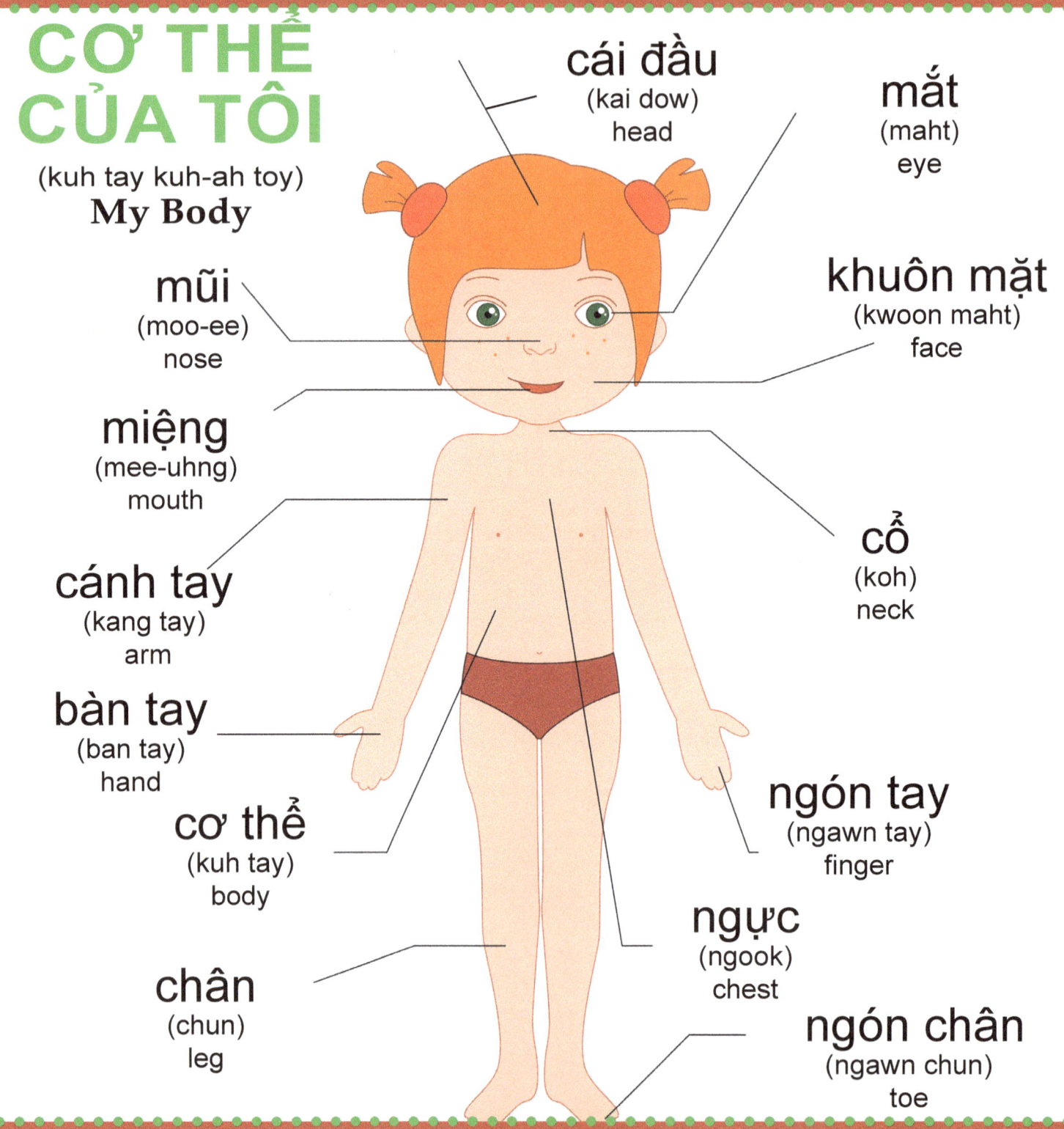

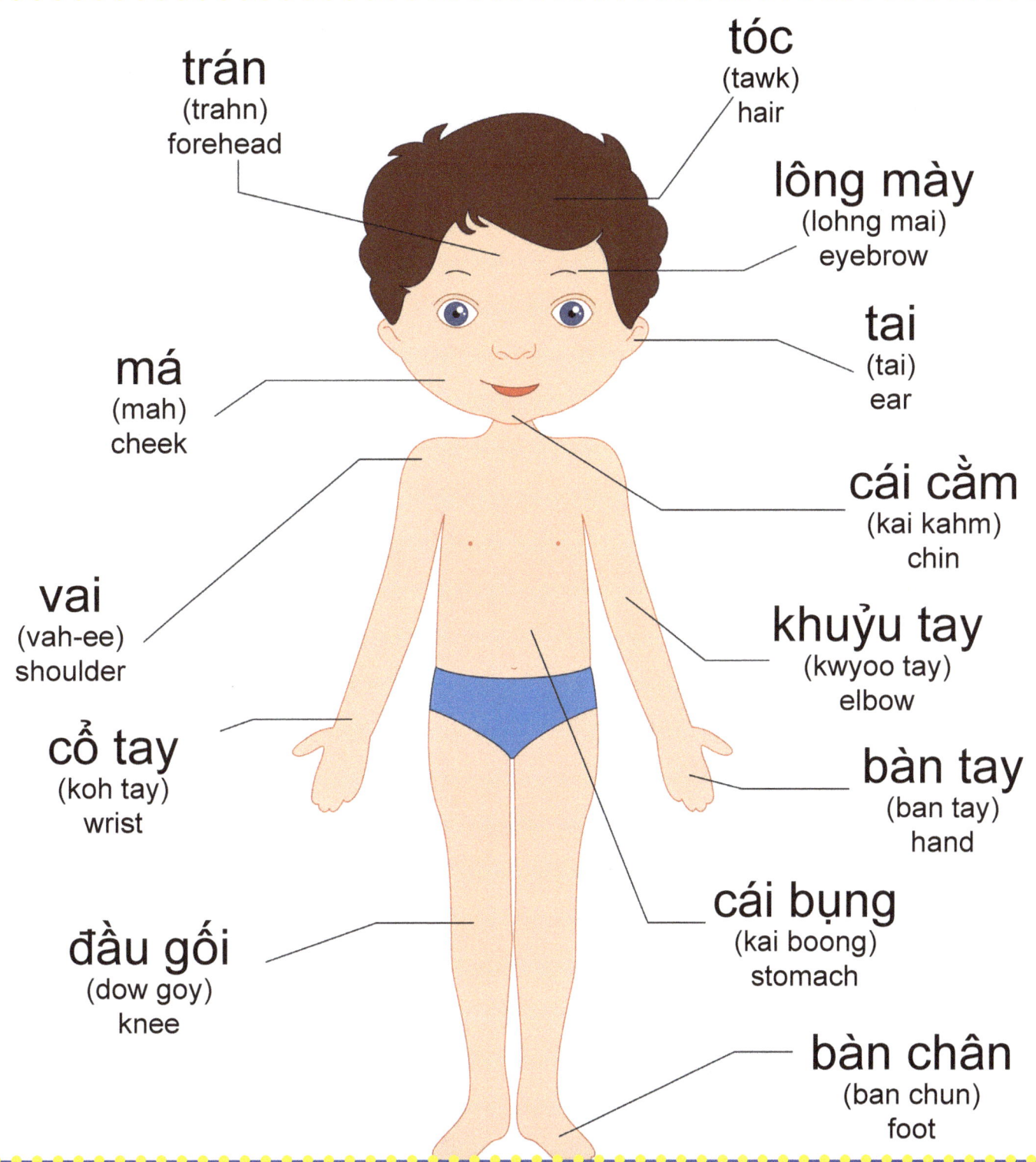

GIA ĐÌNH
(zah dinh)
Family

anh/em trai
(anh/em chai)
older/younger brother

mẹ
(meh)
mother

ông
(ohng)
grandfather

bà
(bah)
grandmother

chú/bác
(choo/bah)
uncle

cô/dì
(koh/zee)
aunt

chị/em gái
(chee/em gai)
older/younger sister

bố
(boh)
father

chị/em họ
(chee/em haw)
older/younger female cousin

anh/em họ
(anh/em haw)
older/younger male cousin

NHÀ TÔI
(nyah toy)

my house

phòng khách
(fowng khak)

living room

bếp
(behp)

kitchen

phòng ngủ
(fowng ngoo)

bedroom

phòng tắm
(fowng tahm)

bathroom

cầu thang
(koh-oo thang)

stairs

cửa sổ
(koo-ah saw)

window

lò sưởi
(law soo-i)

fireplace

cửa
(koo-ah)

door

ghế sofa
(geh soh-fah)

couch

ghế
(geh)

chair

bàn
(ban)

table

đèn
(den)

lamp

tivi
(tee-vee)

television

tủ quần áo
(too kwun ow)

dresser

bàn làm việc
(ban lahm vyek)

desk

giá sách
(zah sahk)

bookcase

ghế đẩu
(geh dow)

stool

TRONG PHÒNG NGỦ

(chong fowng ngoo)

In the bedroom

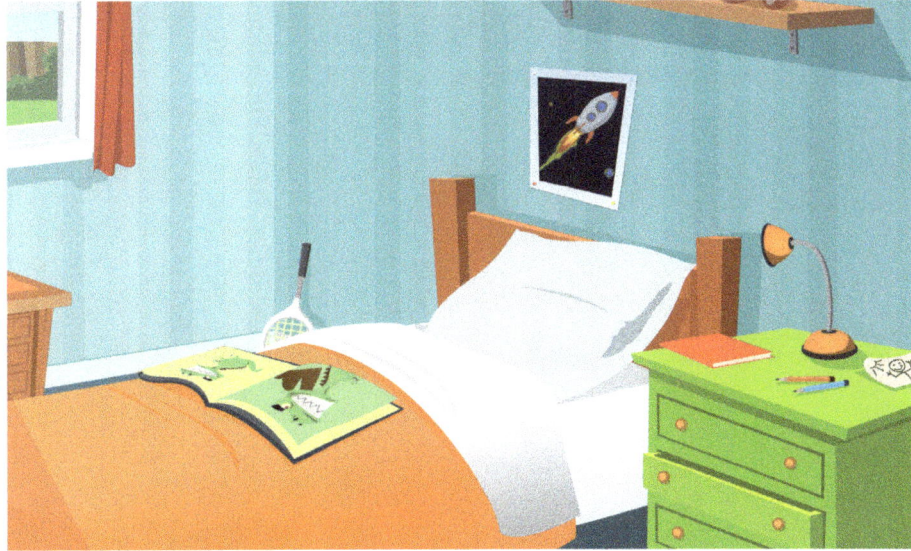

giường
(zoo-uhng)

bed

gối
(goy)

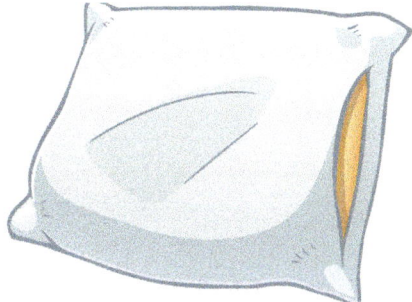

pillow

chăn
(chun)

blanket

tủ quần áo
(too kwun ow)

wardrobe

đồng hồ
(dohng hoh)

clock

gương
(goo-uhng)

mirror

NHÀ BẾP
(nyah behp)

kitchen

tủ lạnh
(too lang)

refrigerator

bếp nấu
(behp noh-oo)

stove

cái bát
(gai baht)

bowl

cái cốc
(gai kohk)

cup

ly
(lee)

glass

thớt
(thuht)

cutting board

dao
(zow)

knife

nĩa
(nee-ah)

fork

ấm đun nước
(um doon nook)

kettle

chảo
(chow)

pan

nồi
(noy)

pot

đĩa
(dee-ah)

plate

thìa
(thee-ah)

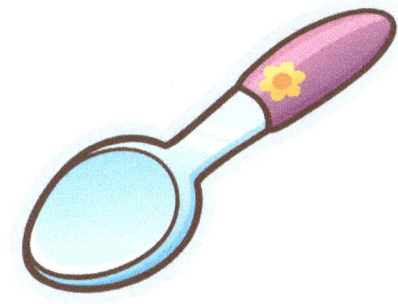

spoon

ấm trà
(um trah)

teapot

cái đánh trứng
(gai dang choong)

whisk

máy rửa bát
(mai roo-ah baht)

dishwasher

lò vi sóng
(law vee song)

microwave

PHÒNG TẮM
(fowng tahm)

bathroom

bồn tắm
(bohn tahm)

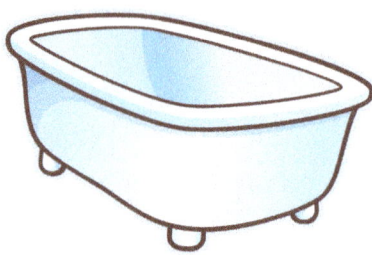
bathtub

xà phòng
(sah fowng)

soap

lược chải
(loo-uhk chai)

brush

bong bóng
(bawng bawng)

bubbles

lược
(loo-uhk)

comb

vòi nước
(voy nook)

faucet

cái cân
(gai kun)

scale

dầu gội
(zow goy)

shampoo

vòi sen
(voy sen)

shower

bồn rửa
(bohn roo-ah)

sink

miếng bọt biển
(meeng bawt bien)

sponge

khăn giấy
(khan zay)

tissue

nhà vệ sinh
(nyah vay seeng)

toilet

bàn chải đánh răng
(ban chai dang zang)

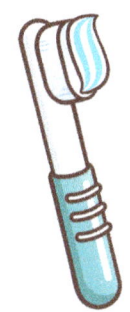

toothbrush

kem đánh răng
(kem dang zang)

toothpaste

khăn tắm
(khan tahm)

towel

giấy vệ sinh
(zay vay seeng)

toilet paper

QUẦN ÁO CỦA TÔI
(kwun ow koo-ah toy)
My Clothes

thắt lưng
(taht loong)

belt

đồ bơi
(doh boy)

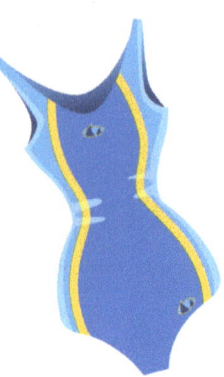

swimsuit

áo sơ mi nữ
(ow sur mee noo)

blouse

ủng/bốt
(oong/boht)

boots

áo khoác
(ow kwahk)

coat

váy
(vai)

dress

găng tay
(gang tay)

gloves

áo khoác
(ow kwahk)

jacket

mũ
(moo)

hat

quần jean
(kwun jean)

jeans

cà vạt
(kah vat)

necktie

quần
(kwun)

pants

quần yếm
(kwun yem)

overalls

ví
(vee)

purse

đồ ngủ
(doh ngoo)

pajamas

khăn quàng
(khan kwang)

scarf

đồ lót
(doh lawt)

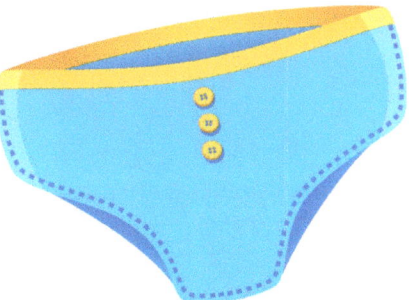

underwear

giày
(zai)

shoes

váy
(vai)

skirt

giày thể thao
(zai thay thow)

sneakers

tất
(tuht)

socks

kính râm
(king rum)

sunglasses

áo len
(ow len)

sweater

áo phông
(ow fohng)

T shirt

quần tất
(kwun tuht)

tights

quần bơi
(kwun boy)

swim trunks

áo nỉ
(ow nee)

sweatshirt

ĐỒ ĂN
(doh ahn)

Food

cà chua
(kah choo-ah)

tomato

dưa hấu
(dzoo-ah how)

watermelon

quả táo
(kwa tao)

apple

quả cam
(kwa kam)

orange

chuối
(choo-oy)

banana

dâu tây
(zow tay)

strawberries

chanh vàng
(chang vahng)

lemon

quả lê
(kwa lay)

pear

xà lách (sah lach)  salad	**phô ma** (foh mai)  cheese	**thịt gà** (teet gah)  chicken
hàng tạp hóa (hahng tahp hwah)  groceries	**bánh kếp** (bangh kep)  pancakes	**bánh mì kẹp** (bahn mee kehp)  sandwich
mì Ý (mee ee)  spaghetti	**bánh mì nướng** (bangh mee noong)  toast	**ngô** (ngoh)  corn

bắp rang
(bup rang)

popcorn

khoai tây chiên
(kwai tay cheen)

french fries

kem
(kem)

ice cream

cà rốt
(kah rawt)

carrot

bánh pizza
(bangh pizza)

pizza

súp lơ xanh
(soop luh sahng)

broccoli

sữa
(soo-ah)

milk

củ hành
(koo hanh)

onion

thịt gà tây
(tit gah tay)

turkey

ĐỘNG VẬT

(dohng vut)

Animals

con chim
(kawn cheem)

bird

con mèo
(kawn meow)

cat

con chó
(kawn chaw)

dog

con vịt
(kawn veet)

duck

con voi
(kawn voy)

elephant

con cáo
(kawn kow)

fox

con gà tây
(kawn gah tay)

turkey

cá voi
(kah voy)

whale

gấu trúc
(goh tchoock)

panda

con ếch
(kawn ekh)

frog

con cú
(kawn koo)

owl

con thỏ
(kawn taw)

rabbit

con gà trống
(kawn gah chohng)

rooster

con khỉ
(kawn kee)

monkey

con sư tử
(kawn soo tuh)

lion

con nai sừng tấm
(kawn nai soong tahm)

moose

con sóc
(kawn sok)

squirrel

con rắn
(kawn zan)

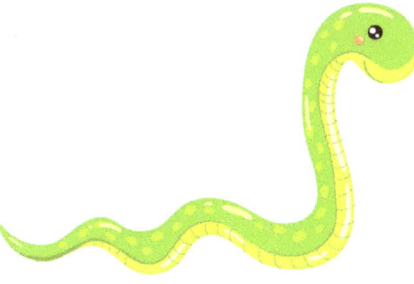

snake

con chuột
(kawn choo-oht)

mouse

con gà
(kawn gah)

chicken

con cá sấu
(kawn kah sow)

alligator

con gấu
(kawn goh)

bear

con lợn
(kawn luht)

pig

con rùa
(kawn roo-ah)

turtle

con hà mã
(kawn hah mah)

con hươu cao cổ
(kawn hwoo cow koh)

con lạc đà
(kawn lahk dah)

hippopotamus

giraffe

camel

con sói
(kawn soy)

con ngựa vằn
(kawn ngoo-ah vahn)

con cá
(kawn kah)

wolf

zebra

fish

con bò
(kawn baw)

cow

con cừu
(kawn koo)

sheep

con dê
(kawn zeh)

goat

con ngựa
(kawn ngoo-ah)

horse

con hổ
(kawn hoh)

tiger

con ốc sên
(kawn ohk sen)

snail

con chim cánh cụt
(kawn cheem cang koot)

penguin

con khỉ đột
(kawn kee doht)

gorilla

TRƯỜNG HỌC
(choong hawk)

xe buýt trường học
(seh bewt choong hawk)

giáo viên
(zow vien)

school

school bus

teacher

bút sáp màu
(boot sap mow)

keo dán
(keow zan)

quyển vở
(kween vuh)

crayons

glue

notebooks

sơn màu
(sohn mow)

bút chì
(boot chee)

quả địa cầu
(kwa dee-ah koh)

paint

pencil

globe

ba lô
(bah loh)

backpack

bút
(boot)

pen

cây thước
(kay thook)

ruler

máy tính
(mai ting)

calculator

kéo
(keow)

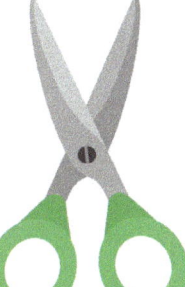

scissors

cái dập ghim
(guy dahp geem)

stapler

sách
(sahk)

book

bàn học
(ban hawk)

desk

học sinh
(hawk seeng)

student

THỜI TIẾT
(toy teet)

đám mây
(dahm may)

tia chớp
(tee-ah chup)

weather

cloud

lightning

mưa
(muh)

tuyết
(tweht)

mặt trời
(maht choy)

rain

snow

sun

cơn lốc xoáy
(kurn lohck swai)

gió
(zaw)

cầu vồng
(koh vohng)

tornado

wind

rainbow

CÁC MÙA – THE SEASONS

mùa đông
(moo-ah dohng)

winter

mùa xuân
(moo-ah swun)

spring

mùa hè
(moo-ah heh)

summer

mùa thu
(moo-ah thoo)

autumn

PHƯƠNG TIỆN GIAO THÔNG
(fuhng teen zow tohng)
transportation

máy bay
(mai bai)

airplane

xe cứu thương
(seh koo-oo thuhng)

ambulance

xe đạp
(seh dahp)

bicycle

thuyền
(twin)

boat

xe buýt
(seh bewt)

bus

xe hơi
(seh hoy)

car

xe cứu hỏa
(seh koo-oo hwah)

firetruck

trực thăng
(trook thang)

helicopter

xe máy
(seh mai)

motorcycle

xe cảnh sát
(seh kang saht)

police car

tên lửa
(ten lur)

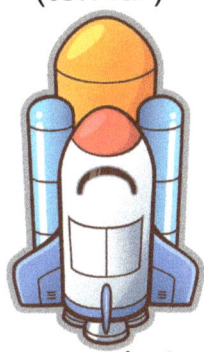

rocket

xe tay ga
(seh tay gah)

scooter

tàu thủy
(tow thwee)

ship

tàu ngầm
(tow ngahm)

submarine

máy kéo
(mai keow)

tractor

xe lửa
(seh luh-ah)

train

xe tải
(seh tie)

truck

xe kéo
(seh keow)

wagon

THỂ THAO — SPORTS
(teh thow)

găng tay
(gang tay)

bóng chày
(bawng chai)

bóng rổ
(bawng roh)

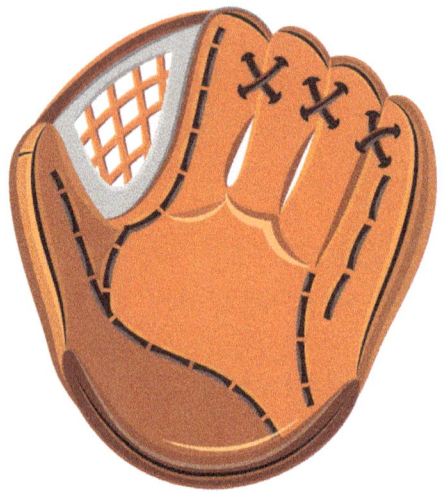
glove

baseball

basketball

ván trượt
(van trurt)

vợt tennis
(vut tennis)

còi
(koy)

skateboard

tennis racket

whistle

quyền anh
(kwee-un anh)

boxing

câu cá
(koh kah)

fishing

bóng bầu dục
(bawng boh yoo-k)

football

gôn
(gohn)

golf

trượt băng
(trurt bang)

skating

karate
(kah-rah-tay)

karate

bóng đá
(bawng dah)

soccer

đua thuyền buồm
(doo-ah twyen boom)

sailing

quần vợt
(kwun vut)

tennis

ĐỘNG TỪ
(dohng too)
Action Words

bò
(baw)

crawl

leo
(lay-oh)

climb

khóc
(khawk)

cry

uống
(oong)

drink

ăn
(ahn)

eat

nhảy
(nyay)

jump

cười
(koo-oi)

laugh

nghe
(ngheh)

listen

đọc
(dawk)

read

chạy (chai)	ngồi (ngoy)	ngủ (ngoo)
run	sit	sleep |//

đứng (doong)	nói chuyện (noy choo-yen)	đi bộ (dee boh)
stand	talk	walk

thì thầm (thee thuhm)	ôm (ohm)	nảy (nai)
whisper	hug	bounce

CẢM XÚC — EMOTIONS
(kahm sook)

sợ
(suh)

afraid

tò mò
(taw maw)

curious

buồn
(bwohn)

sad

tức giận
(took zun)

angry

ngạc nhiên
(ngak nyehn)

surprised

vui vẻ
(voo-ee vay)

happy

TỪ TRÁI NGHĨA — OPPOSITES
(too chai nghia)

| **bẩn** (bun) | **sạch** (sahk) | **đóng** (dohng) | **mở** (muh) |

dirty — clean — closed — open

| **lạnh** (lahnh) | **nóng** (nong) | **sáng** (sahng) | **tối** (toy) |

cold — hot — light — dark

TỪ TRÁI NGHĨA — OPPOSITES

già
(zah)

trẻ
(cheh)

nặng
(nang)

nhẹ
(nyeh)

old · young · heavy · light

ồn ào
(ohn ow)

yên tĩnh
(een ting)

xuống
(soong)

lên
(len)

loud · quiet · down · up

TỪ TRÁI NGHĨA — OPPOSITES

khô
(koh)

ướt
(oo-uht)

mềm
(mehm)

cứng
(kung)

dry

wet

soft

hard

kéo
(keow)

đẩy
(dai)

ở trên
(uh chen)

ở dưới
(uh zoo-ee)

pull   push

above   below

LỜI CHÀO — GREETINGS

xin chào
(seen chow)

tạm biệt
(tahm byet)

chào buổi sáng
(chow boo-ee sahng)

chúc ngủ ngon
(chook ngoo ngon)

hello • goodbye • good morning • good night

vâng/dạ
(vung/za)

không
(kohng)

làm ơn
(lahm urn)

cảm ơn
(kahm urn)

yes • no • please • thank you

CÁC NGÀY TRONG TUẦN — DAYS OF THE WEEK

 Thứ hai
(thuh hai)

 Thứ ba
(thuh bah)

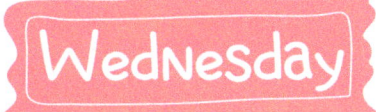 Thứ tư
(thuh tuh)

 Thứ năm
(thuh nahm)

 Thứ sáu
(thuh sow)

 Thứ bảy
(thuh bai)

Sunday — Chủ nhật
(choo nyut)

CÁC THÁNG — MONTHS

Tháng giêng
(tahng zi-eng)

Tháng hai
(tahng hai)

Tháng ba
(tahng bah)

Tháng tư
(tahng tuh)

Tháng năm
(tahng nahm)

Tháng sáu
(tahng sow)

Tháng bảy
(tahng bai)

Tháng tám
(tahng tahm)

Tháng chín
(tahng cheen)

Tháng mười
(tahng moo-ee)

Tháng mười một
(tahng moo-ee moht)

Tháng mười hai
(tahng moo-ee hai)

HÌNH DẠNG — SHAPES
(hing zahng)

hình tròn
(hing trawn)

hình thoi
(hing thoy)

hình chữ nhật
(hing choo nyuht)

circle

diamond

rectangle

hình vuông
(hing vwoong)

hình ngôi sao
(hing ngoy sao)

hình tam giác
(hing tahm yahk)

square

star

triangle

MÀU SẮC
(mow sahk)
colors

màu đỏ
(mow daw)

red

màu xanh dương
(mow sahg zoo-uhng)

blue

màu xanh lá cây
(mow sahn lah kay)

green

màu cam
(mow kahm)

orange

màu hồng
(mow hohm)

pink

màu tím
(mow teem)

purple

màu vàng
(mow vahng)

yellow

màu trắng
(mow chang)

white

màu đen
(mow den)

black

CÁC SỐ — NUMBERS
(kahk soh)

một	hai	ba	bốn	năm
(moht)	(hi)	(bah)	(bohn)	(nahm)

sáu	bảy	tám	chín	mười
(sow)	(bai)	(tahm)	(cheen)	(moo-ee)

BẢNG CHỮ CÁI — ALPHABET

(bahng choo kai)

A (a) = /ah/
Ă (ă) = /uh/
Â (â) = /uh/
B (bê) = /bay/
C (xê) = /say/
D (dê) = /yay/ or /zay/
Đ (đê) = /day/
E (e) = /eh/
Ê (ê) = /ay/
G (gê) = /gay/
H (hát) = /haht/
I (i) = /ee/
K (ca) = /kah/
L (e-lờ) = /luh/
M (em) = /em/

N (en) = /en/
O (o) = /aw/
Ô (ô) = /oh/
Ơ (ơ) = /uh/
P (pê) = /pay/
Q (quy) = /kwee/
R (e-rờ) = /ruh/
S (e-sờ) = /suh/
T (tê) = /tay/
U (u) = /oo/
Ư (ư) = /oo/
V (vê) = /vay/
X (xờ) = /suh/
Y (i-cờ-rét) = /ee-kuh-ret/

Vietnamese-English Word List

ăm đun nước	kettle	bơ	butter
ấm trà	teapot	bố/cha	father
ăn	eating	bốn	four
anh/em họ	cousin (male)	bồn rửa	sink
anh/em trai	brother	bồn tắm	bathtub
áo khoác	coat	bóng bầu dục	football
áo khoác	jacket	bong bóng	bubbles
áo kiểu	blouse	bóng chày	baseball
áo len	sweater	bóng đá	soccer
áo nỉ	sweatshirt	bóng rổ	basketball
áo phông	t-shirt	buồn	sad
áo sơ mi	shirt	bút	pen
ba	three	bút chì	pencil
bà	grandmother	bút sáp màu	crayons
ba lô	backpack	cá	fish
bẩn	dirty	cà chua	tomato
bàn chải đánh răng	toothbrush	cá sấu	alligator
bàn chân	foot	cà vạt	necktie
bàn học	desk	cá voi	whale
bánh kếp	pancakes	các mùa	seasons
bánh mì	bread	cái bàn	table
bánh mì nướng	toast	cái bát	bowl
bánh ngọt	cake	cái cân	scale
bánh pizza	pizza	cái cốc	cup
bánh quy	cookies	cái đánh trứng	whisk
bánh sandwich	sandwich	cái đĩa	plate
bắp rang	popcorn	cái ghế	chair
bắp/ngô	corn	cái gối	pillow
bảy	seven	cái nĩa	fork
bên dưới	below	cái thìa	spoon
bếp	stove	cằm	chin
bò	crawling	cảm ơn	thank you

Vietnamese-English Word List

cảm xúc	emotions	**con ếch**	frog
cánh tay	arm	**con gà**	chicken
cầu thang	stairs	**con gà trống**	rooster
cầu vồng	rainbow	**con gấu**	bear
chân	leg	**con hà mã**	hippopotamus
chăn	blanket	**con heo**	pig
chanh vàng	lemon	**con hổ**	tiger
chảo	pan	**con hươu cao cổ**	giraffe
chào buổi sáng	good morning	**con khỉ**	monkey
chèo thuyền	sailing	**con khỉ đột**	gorilla
chị/em gái	sister	**con lạc đà**	camel
chị/em họ	cousin (female)	**con mèo**	cat
chim cánh cụt	penguin	**con ngựa**	horse
chín	nine	**con ốc sên**	snail
Chủ nhật	Sunday	**con rắn**	snake
chú/bác/cậu	uncle	**con rùa**	turtle
chúc ngủ ngon	good night	**con sóc**	squirrel
cổ	neck	**con sói**	wolf
cổ tay	wrist	**con thỏ**	rabbit
cơ thể	body	**con vịt**	duck
cô/dì	aunt	**con voi**	elephant
còi	whistle	**cũ**	old
cơm	rice	**củ cà rốt**	carrot
con bò	cow	**củ hành**	onion
con cáo	fox	**cửa**	door
con chim	bird	**cửa sổ**	window
con chó	dog	**cứng**	hard
con chuột	mouse	**cười**	laugh
con cú	owl	**dạ dày**	stomach
con cừu	sheep	**đám mây**	cloud
con dao	knife	**dập ghim**	stapler
con dê	goat	**đầu**	head

Vietnamese-English Word List

dầu gội	shampoo	gương	mirror
đầu gối	knee	hai	two
dâu tây	strawberries	hạnh phúc	happy
đẩy	push	hạt	nuts
đèn	lamp	hình chữ nhật	rectangle
đồ bơi	swimsuit	hình dạng	shapes
đồ lót	underwear	hình tam giác	triangle
đồ ngủ	pajamas	hình tròn	circle
đọc	read	hình vuông	square
đối lập	opposites	học sinh	student
đôi ủng	boots	kem	ice cream
đóng	closed	kem đánh răng	toothpaste
đồng hồ	clock	kéo	pull
động vật	animals	kéo	scissors
down	down	keo dán	glue
dưa hấu	watermelon	khăn giấy	tissue
đứng	standing	khăn quàng	scarf
gà tây	turkey	khăn tắm	towel
găng tay	gloves	khoai tây	potatoes
gấu trúc	panda	khoai tây chiên	chips
ghế đẩu	stool	khoai tây chiên	french fries
ghế sofa	couch	khóc	cry
gia đình	family	không	no
giá sách	bookcase	khuôn mặt	face
giận dữ	angry	khuỷu tay	elbow
giáo viên	teacher	khô	dry
giày	shoes	làm ơn	please
giày thể thao	sneakers	lắng nghe	listening
giấy vệ sinh	toilet paper	lạnh	cold
gió	wind	lên	up
giường	bed	leo	climbing
gôn	golf	lò sưởi	fireplace

Vietnamese-English Word List

lốc xoáy	tornado	mưa	rain
lông mày	eyebrow	mùa đông	winter
lược	comb	mùa hè	summer
lược chải	brush	mùa thu	autumn
ly	glass	mùa xuân	spring
má	cheek	mũi	nose
mạnh	strong	mười	ten
mắt	eye	nai sừng tấm	moose
mặt trời	sun	năm	five
màu cam	orange (color)	nặng	heavy
màu đen	black	nảy	bounce
màu đỏ	red	ngạc nhiên	surprised
màu hồng	pink	ngồi	sit
màu sắc	colors	ngôi sao	star
màu tím	purple	ngón chân	toe
màu trắng	white	ngón tay	finger
màu vàng	yellow	ngủ	sleeping
màu xanh dương	blue	ngực	chest
màu xanh lá cây	green	nhà	house
máy bay	airplane	nhà bếp	kitchen
máy kéo	tractor	nhà vệ sinh	toilet
máy rửa chén	dishwasher	nhảy	jump
máy tính	calculator	nhẹ	light (opposite of heavy)
mẹ	mother	nồi	pot
mềm	soft	nói chuyện	talking
mì Ý	spaghetti	nóng	hot
miệng	mouth	ôm	hugging
miếng bọt biển	sponge	ông	grandfather
mở	open	phô mai	cheese
một	one	phòng khách	living room
mũ/nón	hat	phòng ngủ	bedroom

Vietnamese-English Word List

phòng tăm	bathroom	tàu ngâm	submarine
phương tiện giao thông	transportation	tay	hand
		tên lửa	rocket
quả cam	orange (fruit)	tháng ba	March
quả chuối	banana	tháng bảy	July
quả lê	pear	tháng chín	September
quả táo	apple	tháng hai	February
quần	pants	tháng một	January
quần áo	clothes	tháng mười	October
quần bơi	swim trunks	tháng mười hai	December
quần jean	jeans	tháng mười một	November
quần tất	tights	tháng năm	May
quần vợt	tennis	tháng sáu	June
quần yếm	overalls	tháng tám	August
quyền anh	boxing	tháng Tư	April
quyển vở	notebooks	thắt lưng	belt
sách	book	thể thao	sports
sạch	clean	thì thầm	whisper
	light (opposite of dark)	thời tiết	weather
sáng		thớt	cutting board
sáu	six	Thứ ba	Tuesday
số	numbers	thứ bảy	Saturday
sợ	afraid	thứ hai	Monday
sơn màu	paint	Thứ năm	Thursday
sư tử	lion	thứ sáu	Friday
sữa	milk	Thứ tư	Wednesday
súp lơ xanh	broccoli	thư viện	library
tai	ear	thức ăn	food
tám	eight	thực phẩm	groceries
tạm biệt	goodbye	thước kẻ	ruler
tất/vớ	socks	thuyền	boat
tàu hỏa	train	tia chớp	lightning

Vietnamese-English Word List

tivi	television
to	loud
tò mò	curious
tóc	hair
tối	dark
trán	forehead
trẻ	young
trên	above
trực thăng	helicopter
trứng	egg
trường học	school
trượt băng	skating
tủ đựng quần áo	dresser
tủ lạnh	refrigerator
tuyết	snow
vai	shoulder
ván trượt	skateboard
vâng/dạ	yes
váy	skirt
váy/đầm	dress
ví	purse
võ karate	karate
vòi nước	faucet
vòi sen	shower
vợt tennis	tennis racket
xà lách	salad
xà phòng	soap
xe buýt	bus
xe buýt trường học	schoolbus
xe cảnh sát	police car
xe cứu hỏa	fire truck
xe cứu thương	ambulance
xe đạp	bicycle
xe hơi	car
xe kéo	wagon
xe máy	motorcycle
xe tải	truck
xe tay ga	scooter
xin chào	hello
yên lặng	quiet

English-Vietnamese Word List

above	trên	**book**	sách
afraid	sợ	**bookcase**	giá sách
airplane	máy bay	**boots**	đôi ủng
alligator	cá sấu	**bounce**	nảy
ambulance	xe cứu thương	**bowl**	cái bát
angry	giận dữ	**boxing**	quyền anh
animals	động vật	**bread**	bánh mì
apple	quả táo	**broccoli**	súp lơ xanh
April	tháng Tư	**brother**	anh/em trai
arm	cánh tay	**brush**	lược chải
August	tháng tám	**bubbles**	bong bóng
aunt	cô/dì	**bus**	xe buýt
autumn	mùa thu	**butter**	bơ
backpack	ba lô	**cake**	bánh ngọt
banana	quả chuối	**calculator**	máy tính
baseball	bóng chày	**camel**	con lạc đà
basketball	bóng rổ	**car**	xe hơi
bathroom	phòng tắm	**carrot**	củ cà rốt
bathtub	bồn tắm	**cat**	con mèo
bear	con gấu	**chair**	cái ghế
bed	giường	**cheek**	má
bedroom	phòng ngủ	**cheese**	phô mai
below	bên dưới	**chest**	ngực
belt	thắt lưng	**chicken**	con gà
bicycle	xe đạp	**chin**	cằm
bird	con chim	**chips**	khoai tây chiên
black	màu đen	**circle**	hình tròn
blanket	chăn	**clean**	sạch
blouse	áo kiểu	**climbing**	leo
blue	màu xanh dương	**clock**	đồng hồ
boat	thuyền	**closed**	đóng
body	cơ thể	**clothes**	quần áo

English-Vietnamese Word List

cloud	đám mây	egg	trứng
coat	áo khoác	eight	tám
cold	lạnh	elbow	khuỷu tay
colors	màu sắc	elephant	con voi
comb	lược	emotions	cảm xúc
cookies	bánh quy	eye	mắt
corn	bắp/ngô	eyebrow	lông mày
couch	ghế sofa	face	khuôn mặt
cousin (female)	chị/em họ	family	gia đình
cousin (male)	anh/em họ	father	bố/cha
cow	con bò	faucet	vòi nước
crawling	bò	February	tháng hai
crayons	bút sáp màu	finger	ngón tay
cry	khóc	fire truck	xe cứu hỏa
cup	cái cốc	fireplace	lò sưởi
curious	tò mò	fish	cá
cutting board	thớt	fishing	câu cá
dark	tối	five	năm
December	tháng mười hai	food	thức ăn
desk	bàn học	foot	bàn chân
diamond	hình thoi	football	bóng bầu dục
dirty	bẩn	forehead	trán
dishwasher	máy rửa chén	fork	cái nĩa
dog	con chó	four	bốn
door	cửa	fox	con cáo
down	down	french fries	khoai tây chiên
dress	váy/đầm	Friday	thứ sáu
dresser	tủ đựng quần áo	frog	con ếch
dry	khô	giraffe	con hươu cao cổ
duck	con vịt	glass	ly
ear	tai	globe	quả địa cầu
eating	ăn	gloves	găng tay

English-Vietnamese Word List

glue	keo dán	**June**	tháng sáu
goat	con dê	**karate**	võ karate
golf	gôn	**kettle**	ấm đun nước
good morning	chào buổi sáng	**kitchen**	nhà bếp
good night	chúc ngủ ngon	**knee**	đầu gối
goodbye	tạm biệt	**knife**	con dao
gorilla	con khỉ đột	**lamp**	đèn
grandfather	ông	**laugh**	cười
grandmother	bà	**leg**	chân
green	màu xanh lá cây	**lemon**	chanh vàng
groceries	thực phẩm	**library**	thư viện
hair	tóc	**light (opposite of dark)**	sáng
hand	tay	**light (opposite of heavy)**	nhẹ
happy	hạnh phúc	**lightning**	tia chớp
hard	cứng	**lion**	sư tử
hat	mũ/nón	**listening**	lắng nghe
head	đầu	**living room**	phòng khách
heavy	nặng	**loud**	to
helicopter	trực thăng	**March**	tháng ba
hello	xin chào	**May**	tháng năm
hippopotamus	con hà mã	**microwave**	lò vi sóng
horse	con ngựa	**milk**	sữa
hot	nóng	**mirror**	gương
house	nhà	**Monday**	thứ hai
hugging	ôm	**monkey**	con khỉ
ice cream	kem	**moose**	nai sừng tấm
jacket	áo khoác	**mother**	mẹ
January	tháng một	**motorcycle**	xe máy
jeans	quần jean	**mouse**	con chuột
July	tháng bảy	**mouth**	miệng
jump	nhảy		

English-Vietnamese Word List

neck	cổ	**pink**	màu hồng
necktie	cà vạt	**pizza**	bánh pizza
nine	chín	**plate**	cái đĩa
no	không	**please**	làm ơn
nose	mũi	**police car**	xe cảnh sát
notebooks	quyển vở	**popcorn**	bắp rang
November	tháng mười một	**pot**	nồi
numbers	số	**potatoes**	khoai tây
nuts	hạt	**pull**	kéo
October	tháng mười	**purple**	màu tím
old	cũ	**purse**	ví
one	một	**push**	đẩy
onion	củ hành	**quiet**	yên lặng
open	mở	**rabbit**	con thỏ
opposites	đối lập	**rain**	mưa
orange (color)	màu cam	**rainbow**	cầu vồng
orange (fruit)	quả cam	**read**	đọc
overalls	quần yếm	**rectangle**	hình chữ nhật
owl	con cú	**red**	màu đỏ
paint	sơn màu	**refrigerator**	tủ lạnh
pajamas	đồ ngủ	**rice**	cơm
pan	chảo	**rocket**	tên lửa
pancakes	bánh kếp	**rooster**	con gà trống
panda	gấu trúc	**ruler**	thước kẻ
pants	quần	**sad**	buồn
pear	quả lê	**sailing**	chèo thuyền
pen	bút	**salad**	xà lách
pencil	bút chì	**sandwich**	bánh sandwich
penguin	chim cánh cụt	**Saturday**	thứ bảy
pig	con heo	**scale**	cái cân
pillow	cái gối	**scarf**	khăn quàng

English-Vietnamese Word List

school	trường học	**spoon**	cái thìa
schoolbus	xe buýt trường học	**sponge**	miếng bọt biển
scissors	kéo	**sports**	thể thao
scooter	xe tay ga	**spring**	mùa xuân
seasons	các mùa	**square**	hình vuông
September	tháng chín	**squirrel**	con sóc
seven	bảy	**stairs**	cầu thang
shampoo	dầu gội	**standing**	đứng
shapes	hình dạng	**stapler**	dập ghim
sheep	con cừu	**star**	ngôi sao
ship	tàu thủy	**stomach**	dạ dày
shirt	áo sơ mi	**stool**	ghế đẩu
shoes	giày	**stove**	bếp
shoulder	vai	**strawberries**	dâu tây
shower	vòi sen	**strong**	mạnh
sink	bồn rửa	**student**	học sinh
sister	chị/em gái	**submarine**	tàu ngầm
sit	ngồi	**summer**	mùa hè
six	sáu	**sun**	mặt trời
skateboard	ván trượt	**Sunday**	Chủ nhật
skating	trượt băng	**sunglasses**	kính râm
skirt	váy	**surprised**	ngạc nhiên
sleeping	ngủ	**sweater**	áo len
snail	con ốc sên	**sweatshirt**	áo nỉ
snake	con rắn	**swim trunks**	quần bơi
sneakers	giày thể thao	**swimsuit**	đồ bơi
snow	tuyết	**table**	cái bàn
soap	xà phòng	**talking**	nói chuyện
soccer	bóng đá	**teacher**	giáo viên
socks	tất/vớ	**teapot**	ấm trà
soft	mềm	**television**	tivi
spaghetti	mì Ý	**ten**	mười

English-Vietnamese Word List

tennis	quần vợt	watermelon	dưa hấu
tennis racket	vợt tennis	weather	thời tiết
thank you	cảm ơn	Wednesday	Thứ tư
three	ba	wet	ướt
Thursday	Thứ năm	whale	cá voi
tiger	con hổ	whisk	cái đánh trứng
tights	quần tất	whisper	thì thầm
tissue	khăn giấy	whistle	còi
toast	bánh mì nướng	white	màu trắng
toe	ngón chân	wind	gió
toilet	nhà vệ sinh	window	cửa sổ
toilet paper	giấy vệ sinh	winter	mùa đông
tomato	cà chua	wolf	con sói
toothbrush	bàn chải đánh răng	wrist	cổ tay
toothpaste	kem đánh răng	yellow	màu vàng
tornado	lốc xoáy	yes	vâng/dạ
towel	khăn tắm	young	trẻ
tractor	máy kéo		
train	tàu hỏa		
transportation	phương tiện giao thông		
triangle	hình tam giác		
truck	xe tải		
t-shirt	áo phông		
Tuesday	Thứ ba		
turkey	gà tây		
turtle	con rùa		
two	hai		
uncle	chú/bác/cậu		
underwear	đồ lót		
up	lên		
wagon	xe kéo		
wardrobe	tủ quần áo		

Published by Dylanna Press an imprint of Dylanna Publishing, Inc.
Copyright © 2024 by Dylanna Press

Editor: Julie Grady

All rights reserved. No part of this publication may be reproduced, stored in a retrieval system, or transmitted by any means, including electronic, mechanical, photocopying, or otherwise, without prior written permission of the publisher.

Although the publisher has taken all reasonable care in the preparation of this book, we make no warranty about the accuracy or completeness of its content and, to the maximum extent permitted, disclaim all liability arising from its use.

www.dylannapublishing.com

www.ingramcontent.com/pod-product-compliance
Lightning Source LLC
Chambersburg PA
CBHW042354070526
44585CB00028B/2931